Willow sa Walter's Winter Wonder

Marcy Schaaf

Tagalog

Willow & Walter's Winter Wonder

Marcy Schaaf

Ang taglamig ay puno ng kababalaghan, lalo na kapag mayroon kang mga kaibigan sa iyong tabi!

Kilalanin sina Willow at Walter, dalawang matalik na magkaibigan na mahilig sa kasiyahan sa taglamig—magtayo ng mga snowmen, mag-snowball fight, at maglaro pa ng ice hockey! Sa kanilang mga wheelchair, ipinapakita nila na walang makakapigil sa saya ng snowy adventures. Kasama ang kanilang mga kaibigan, ipinagdiriwang nila ang mahika ng panahon, umaawit ng mga awiting Pasko at nagpapalitan ng mga regalo sa paligid ng isang kumikinang na puno.

Ang nakakapanabik na kwentong ito ay nagpapakita na ang kasiyahan sa taglamig ay para sa lahat, gaano man ka gumulong! Kumuha ng isang tasa ng cocoa, at samahan sina Willow at Walter sa kanilang kapana-panabik na snowy journey!

Sina Willow at Walter ay dalawang matalik na magkaibigan na gustong-gusto ang lahat tungkol sa taglamig—ang malutong na hangin, ang malambot na niyebe, at ang kasabikan sa paglalaro sa labas. Maaaring nasa wheelchair sila, ngunit hindi iyon nagpapabagal sa kanila! Sa pamamagitan ng malalaking ngiti at espiritu ng pakikipagsapalaran, nakakahanap sila ng mga malikhaing paraan upang sumali sa lahat ng kasiyahan—pagbuo ng mga snowmen, pag-zoom sa paligid sa yelo, at pagbabahagi ng tawa sa kanilang mga kaibigan.

Sa kuwentong ito, makikita mo kung paano tinanggap nina Willow at Walter ang mahika ng taglamig, na ipinapakita sa ating lahat na kahit paano tayo gumalaw, masisiyahan tayo nang lubusan sa season!

Snowflakes danced outside the window. "It's snowing!" Willow squealed, spinning her wheels.

NAGSAYAW ANG MGA SNOWFLAKE SA LABAS NG BINTANA. "UMUULAN!" NAPASIGAW SI WILLOW, PINAIKOT ANG KANYANG MGA GULONG.

WALTER ZOOMED OVER. "LET'S GO! WE'VE GOT SNOWMEN TO BUILD!" HE CHEERED.

Nag-zoom over si Walter. "Let's go! May mga snowmen tayong itatayo!" yaya niya.

THEY BUNDLED UP IN PUFFY COATS,
HATS THAT FLOPPED, AND SCARVES
THAT TWIRLED.

NAKA-BUNDLE SILA NG MAPUPUNGAY NA AMERIKANA, MGA SOMBRERONG NAKA-FLOPPED, AT MGA SCARF NA UMIIKOT-IKOT.

Their friends came giggling, trying to put on their mittens with frozen fingers.

Ang kanilang mga kaibigan ay dumating na humahagikgik, sinusubukang isuot ang kanilang mga guwantes gamit ang mga nakapirming daliri.

Willow and Walter rolled outside making silly wheel tracks in the fluffy snow.

Nagpagulong-gulong sina Willow at Walter sa labas na gumagawa ng mga nakakatawang track ng gulong sa malambot na niyebe.

LET'S BUILD THE BIGGEST SNOWMAN EVER!" WILLOW SAID, GRABBING A HANDFUL OF SNOW.

Buuin natin ang pinakamalaking snowman EVER!" Sabi ni Willow, kumukuha ng isang dakot ng snow.

Walter giggled "Our snowman needs a crazy hat!" They gave him one crooked and funny.

Humagikgik si Walter "Ang aming taong yari sa niyebe ay nangangailangan ng isang baliw na sumbrero!" Binigyan nila siya ng isang baluktot at nakakatawa.

SUDDENLY— SPLAT! A SNOWBALL HIT WALTER. "HEY!" HE LAUGHED, THROWING ONE BACK.

Biglang— SPLAT! Isang snowball ang tumama kay Walter. "Hoy!" Natatawa niyang ibinalik ang isa.

A FULL-ON SNOWBALL FIGHT BROKE OUT, SNOW FLYING AS EVERYONE DODGED AND DUCKED!

Sumiklab ang isang buong labanan sa snowball, lumilipad ang niyebe habang umiiwas at ducked ang lahat!

"Truce!" Willow laughed. "Now, who's up for some ice hockey?"

"Truce!" Tumawa si Willow.
"Ngayon, sino ang handa para sa
ilang ice hockey?"

THEY RACED TO THE CABLE CARS.

Sumakay sila sa mga cable car.

WILLOW AND WALTER ROLLED ONTO
THE ICE RINK, THEIR FRIENDS WHIZZING
PAST THEM.

Si Willow at Walter ay gumulong papunta sa ice rink, ang kanilang mga kaibigan ay dumaan sa kanila.

WITH HOCKEY STICKS IN HAND THEY ZOOMED AROUND CHASING THE PUCK WITH GIGGLES.

Gamit ang mga hockey stick sa kamay ay nag-zoom sila sa paghabol sa pak na may hagikgik.

"Goal!" Willow shouted as the puck slid into the net. Everyone cheered and spun in circles.

"Layunin!" sigaw ni Willow habang dumausdos ang pak sa lambat. Naghiyawan ang lahat at nagpaikot-ikot.

After the game, they gathered around a Christmas tree that twinkled like stars.

PAGKATAPOS NG LARO, NAGTIPON SILA SA PALIGID NG ISANG CHRISTMAS TREE NA KUMIKISLAP NA PARANG MGA BITUIN.

The tree sparkled, covered in ornaments that jingled whenever the wind blew.

ANG PUNO AY KUMIKINANG, NATATAKPAN NG MGA PALAMUTING KUMIKISLAP SA TUWING UMIIHIP ANG HANGIN.

WILLOW BOUNCED IN HER SEAT. "LET'S SEE WHAT'S INSIDE!"

Tumalbog si Willow sa upuan niya. "Tingnan natin kung ano ang nasa loob!"

WALTER RIPPED OPEN HIS GIFT— "A NEW HOCKEY PUCK! YES! MORE SNOWY GAMES!"

Binuksan ni Walter ang kanyang regalo— "Isang bagong hockey puck! Oo! More snowy games!"

Willow opened hers—a shiny scarf, soft and fluffy like the snow outside.

BINUKSAN NI WILLOW ANG KANYA—
ISANG MAKINTAB NA SCARF, MALAMBOT
AT MALAMBOT NA PARANG NIYEBE SA
LABAS.

THEIR FRIENDS GIGGLED AS THEY OPENED SURPRISES TOO—SILLY HATS AND SNOWBALL-MAKING KITS!

Humagikgik ang kanilang mga kaibigan habang nagbubukas din sila ng mga sorpresa—mga nakakalokong sombrero at mga snowball-making kit!

THEY LAUGHED AND SWAPPED PRESENTS, TRYING ON HATS THAT WERE WAY TOO BIG!

NAGTAWANAN SILA AT NAGPALITAN NG MGA REGALO, SINUBUKAN ANG MGA SUMBRERO NA NAPAKALAKI!

Suddenly, someone started singing, "Jingle bells, jingle bells!" Everyone joined in.

Biglang may kumanta ng, "Jingle bells, jingle bells!" Sumama ang lahat.

Willow and Walter sang loudest, their voices echoing with joy and laughter.

Pinakamalakas na kumanta sina Willow at Walter, ang kanilang mga boses ay umaalingawngaw sa tuwa at tawanan.

They sang "Deck the Halls" and "Silent Night," making up funny verses as they went.

Kinanta nila ang "Deck the Halls" at "Silent Night," na bumubuo ng mga nakakatawang taludtod habang sila ay naglalakad.

Their voices filled the room, as the snow outside twinkled in the moonlight.

Napuno ng kanilang mga boses ang silid, habang ang niyebe sa labas ay kumikislap sa liwanag ng buwan.

"MORE CAROLS TOMORROW?" WALTER
asked, grinning. "Absolutely!"
Willow answered with a giggle.

"Maraming carol bukas?"
Nakangiting tanong ni Walter.
"Talaga!" Nakangiting sagot ni
Willow.

They rolled back to the Christmas tree, where the lights flickered and the fire crackled.

BUMALIK SILA SA CHRISTMAS TREE,
KUNG SAAN KUMIKISLAP ANG MGA ILAW
AT PUMUTOK ANG APOY.

Their friends gathered close,
sipping cocoa, singing softly, and
planning tomorrow's fun.

Nagtipon-tipon ang kanilang mga kaibigan, humihigop ng kakaw, kumakanta nang mahina, at nagpaplano ng kasiyahan bukas.

"WE'LL MAKE A SNOW FORT!" WILLOW
SAID. "WITH SNOW TOWERS AND
SNOWBALL LAUNCHERS!"

"GAGAWA TAYO NG SNOW FORT!" SABI
NI WILLOW. "MAY MGA SNOW TOWER AT
SNOWBALL LAUNCHER!"

"AND PLAY MORE HOCKEY!" WALTER
ADDED, IMAGINING WINNING WITH THE
NEW PUCK.

"AT MAGLARO PA NG HOCKEY!"
IDINAGDAG NI WALTER, NA INIISIP NA
MANANALO GAMIT ANG BAGONG PAK.

With smiles, songs, and snowflakes all around, they knew tomorrow would be even better!

SA MGA NGITI, KANTA, AT SNOWFLAKE SA PALIGID, ALAM NILANG MAS MAGIGING MAGANDA ANG BUKAS!

Willow & Walter's Coloring Book

Marcy Schaaf

Join Our Book of the Month Club!

Looking for the perfect gift that keeps on giving? Join our Book of the Month Club! For just $30 a month, or $300 if you purchase a year upfront, you or your loved ones will receive a handpicked children's book every month, straight to your doorstep.

Here's how it works:
Choose from 15 different languages to receive bilingual books that make learning fun.
Enjoy monthly shipments of our exclusive books that inspire, teach, and entertain children of all ages.
Each month's book is carefully selected to provide a new adventure, valuable lesson, and a chance to explore cultures from around the world.
It's the perfect gift for birthdays, holidays, or just because! Whether you're nurturing a young reader or encouraging language learning, our Book of the Month Club is designed to bring joy to every bookshelf.

Exclusive Bonus: As part of your membership, you'll also receive a monthly podcast about our featured book delivered straight to your email! Listen in for behind-the-scenes insights, fun facts, and tips for making storytime even more magical.

Sign up today at www.Booksbyschaaf.com and start enjoying the gift of reading all year long!

Books By Schaaf

www.BookBySchaaf.com

Find us at: